பென்சில்களின் அட்டகாசம்...

குழந்தைகளுக்கான கதை

விழியன்

PENCILGALIN ATTAKASAM (In Tamil)
Vizhiyan
Illustrations : **K. Chokkalingam**
First Edition: June, 2012 | Second Edition: December, 2013

Published by
BOOKS FOR CHILDREN
im print of Bharathi Puthakalayam
7, Elango Salai, Teynampet, Chennai - 600 018
Email: thamizhbooks@gmail.com | www.thamizhbooks.com

பென்சில்களின் அட்டகாசம்
விழியன்
சித்திரங்கள்: கி. சொக்கலிங்கம்
முதல் பதிப்பு: ஜூன், 2012 | இரண்டாம் பதிப்பு: டிசம்பர், 2013
வெளியீடு:

புக்ஸ் ஃபார் சில்ரன்
பாரதி புத்தகாலயத்தின் ஓர் அங்கம்
7, இளங்கோ சாலை, தேனாம்பேட்டை, சென்னை - 600 018
தொலைபேசி: 044 24332424, 24332924, 24356935

விற்பனை நிலையம்

7, இளங்கோ சாலை, தேனாம்பேட்டை, சென்னை - 600 018

திருவல்லிக்கேணி: 48, தேரடி தெரு | **வடபழனி:** பேருந்து நிலையம் எதிரில் அடையார்
ஆனந்தபவன் மாடியில் | **பெரம்பூர்:** 52, குக்ஸ் ரோடு | **ஈரோடு:** 39, ஸ்டேட் பாங்க் சாலை
திண்டுக்கல்: பேருந்து நிலையம் | **நாகை:** 1, ஆரியபத்திரபிள்ளை தெரு
திருப்பூர்: 447, அவினாசி சாலை | **திருவாளூர்:** 35, நேதாஜி சாலை
சேலம்: பாலம் 36/1 அத்வைத ஆஸ்ரமம் சாலை, | **சேலம்:** 15, வித்யாலயா சாலை
மயிலாடுதுறை: ரசாக் டவர், 1/,கச்சேரி சாலை | **புதுக்கோட்டை:** வடக்கு ராஜா வீதி
மதுரை: 37A, பெரியார் பேருந்து நிலையம் **அருப்புக்கோட்டை:** 31, அகமுடையார் மகால்
மதுரை: சர்வோதயா மெயின்ரோடு, | **குன்னூர்:** N.K.N வணிகவளாகம் பெட்போர்ட்
செங்கற்பட்டு:1 டி, ஜி.எஸ்.டி சாலை | **விழுப்புரம்:** 26/1, பவானி தெரு
திருநெல்வேலி: 25A, ராஜேந்திரநகர் | **விருதுநகர்:** 131, கச்சேரி சாலை
கும்பகோணம்: 352, பச்சையப்பன் தெரு | **நெய்வேலி:** பேருந்து நிலையம் அருகில்
வேலூர்: S.P. Plaza 264, பேஸ் II, சத்துவாச்சாரி | **விருதாசலம்:** 511A, ஆலடி ரோடு
தஞ்சாவூர்: காந்திஜி வணிக வளாகம் காந்திஜி சாலை | **தேனி:** 12,பி, மீனாட்சி அம்மாள் சந்து, இடமால்
தெரு | **கடலூர்:** பாரதி பஜார், பழைய அண்ணா மேம்பாலம்
கோவை: 77, மசக்காளிபாளையம் ரோடு, பீளமேடு | **திருச்சி:** வெண்மணி இல்லம், களூர் புறவழிச்சாலை
திருவண்ணாமலை: முத்தம்மாள் நகர், | **நாகர்கோவில்:** கேவ் தெரு, டோத்தி பள்ளி ஜங்ஷன் |
பழனி: பேருந்துநிலையம் | **சிதம்பரம்:** 22A/ 18B தேரடி கடைத் தெரு, கீழவீதி அருகில்
மன்னார்குடி: 12, மாரியம்மன் கோவில் நடுத்தெரு, கீழப்பாலம்

அச்சு : பிரிண்டெக், சென்னை – 5

உள்ளே...

1

பென்சில்களின் அறிமுகம்

பென்சில்களின் உலகத்திற்குச் செல்ல அனைவரும் தயாரா? என்ன பென்சில்களுக்கு உலகமா? ஆமாம். நமக்கு இருக்கும் உலகைப் போலவே அவர்களுக்கு ஒரு உலகம் இருக்கு. நாம் பேசுவதைப் போல அவர்களும் பேசிக்கொள்வார்கள். நமக்கு பெயர் இருப்பதுப் போல அவர்களுக்கும் பெயர்கள் இருக்கின்றது. வாங்க அவர்களுடைய உலகத்திற்குச் சென்று நாமும் அவர்களுடன் எழுதி ஆனந்தம் கொள்வோம்! என்ன? எழுதி எழுதி சலித்துவிட்டதா? ஓ சரி சரி பென்சில்களின் உலகத்திற்குச் சென்று அவர்களுக்குள் நடக்கும் அட்டகாசங் களைக் கண்டு களிக்கலாம்.

பென்சில் உலகமும் நம் உலகமும் ஒன்று தான். ஆனால் நாம் அவற்றைக் கவனிப்பது தான் இல்லை. பென்சில்களின் உலகத்தில் குள்ளமான பென்சில்கள் வயதானவை. உயரமான பென்சில்கள் இளமையானவை. அவர்களுக்கும் பெயர்கள் உண்டு என்றோம் அல்லவா, பென்சிலை பயன்படுத்தும் குழந்தையின் பெயர் தான் அந்த பென்சிலுக்கும். நீங்கள் பயன்படுத்தும் பென்சிலுக்கு உங்க பெயர் தான். அவர்களுடைய கைகள் கால்கள் நமக்கு தெரிவது இல்லை. பென்சில்களுடைய குரல்கள் அத்தனை இனிமையானது. வழுக்கியபடி எழுதுவது போலவே இனிமையாகப் பென்சில்கள் பாடவும் செய்யும். பல பென்சில்களை நாம் தான் பெட்டியில் அடைத்து நடக்கவிடாமல் செய்துவிடுகின்றோம்.

2

திட்டம் போட்ட ரகு

அந்த யோசனையைச் சொன்னது ரகுவோட பென்சில்தான். என்ன யோசனை என்று யோசிக்க வேண்டாம்? வாணி பள்ளிக்கூடத்தில் இருக்கின்ற மூன்றாம் வகுப்பு 'சி' பிரிவு மாணவர்களின் பென்சில்கள் அனைத்தும் ஒரு சுற்றுலா செல்வது தான் அந்த யோசனை. என்ன பென்சில்கள் சுற்றுலா போவதா? அட ஆமாம்.

மாலை நான்கு மணி போல இருக்கும். வெயில் கொஞ்சம் தணியும் சமயம். மாணவர்கள் அனைவரும் மைதானத்தில் விளையாடிக் கொண்டு இருந்தனர். சிலோவின் பென்சில் உயரமான மேஜை மீது ஏறி நின்று,

"நண்பர்களே, இன்று மாலை அனைத்து மாணவர்களும் வீட்டிற்குக் கிளம்பும் முன்னர் நாம் எல்லோரும் நம் குழந்தைகளின் பையில் இருந்து வெளியே வந்து, எங்காவது ஒளிந்து கொள்வோம். மேஜைக்குள்ளே ஒளிந்து கொள்வதே சிறந்தது"

வகுப்பிலேயே ரொம்ப அமைதியான பெண் சிலோ. அவளுடைய பென்சில் தான் அப்படி பேசியது.

"அப்ப, இன்று மாலையும் நாளைக் காலையும் வீட்டில் ஏதும் எழுத முடியாதே" பயபக்தியுடன் கேட்டது ரப்பர் பொறுத்தப்பட்ட நீல நிற பென்சில் தூரன்.

"பள்ளியில் படிப்பதே போதும். வீட்டில் சென்று அனைவரும் விளையாடட்டும்" எனச் சடாரென பதில் வந்தது சீதாவின் பென்சிலிடம் இருந்து.

ஆமாம் ஆமாம் என்பது போல தலையாட்டியது மற்ற அனைத்து பென்சில்களும். ரகு மற்றும் சிலோவின்

ஆலோசனையை அனைவரும் ஏற்றனர். யாருக்குத் தான் சுற்றுலா செல்வது என்றால் கசக்கும்? அன்று இரவு L.K.G வகுப்பில் இருக்கும் பொம்மை பேருந்தை எடுத்துக்கொண்டு சுற்றுலா செல்வது என முடிவு செய்தனர். வண்டியை ஓட்டப்போவது கீதாவின் பென்சில்.

"எனக்கு ஜன்னல் ஓர சீட் வேண்டும்" என்று கோரிக்கை வைத்தது அசோக்கின் பென்சில். "நான் தான் கடைசி சீட்" என்றது தடிமனான பென்சில். தூரனின் பென்சிலும் ஆர்னிகாவின் பென்சிலும் ஒரே மாதிரி இருப்பதால் அடிக்கடி சண்டை வருவதுண்டு, இந்தத் தடிமனான பென்சில் தூரனுடையது தான்.

பேசியபடியே அனைத்து பென்சில்களும் மேஜைக்கு அடியில் ஒளிந்து கொண்டன. விளையாடி முடித்ததும் மாணவர்கள் தங்கள் பள்ளிப் பைகளை எடுத்துக் கொண்டு வீட்டிற்கு ஓடிவிட்டனர். சுமார் ஆறு மணிக்கு பள்ளி ஆயா, வகுப்பைச் சுத்தம் செய்து அறையினைப் பூட்டிவிட்டுச் சென்றார். ஆள் நடமாட்டம் சுத்தமாகக் குறைந்தது. யாருக்கும் எந்த சந்தேகமும் வரவில்லை. இந்த ஆயாவைப் பார்த்தாலே எல்லோருக்கும் பயம். அவர்களிடம் ஒரு கறுப்பு பெட்டி இருக்கின்றது. சுத்தம் செய்யும் போது கிடைக்கும் சாமான்களை அந்த பெட்டியில் போட்டுவிடுவார்கள். அதன் பின்னர் வெளி உலகமே பார்க்க முடியாது. அதனால் அந்த ஆயாவைக் கண்டாலே பயம்.

"யே...! இனி கொண்டாட்டம்தான். எல்லோரும் வெளியே வாங்க...! ஆட்டம் போடுங்க..." என்று கத்தியது சிலோவின் பென்சில். (இனி சிலோவின் பென்சிலை சிலோ என்றும், பென்சில்களை அவர்கள் முதலாளி பெயராலே அழைக்கலாம், சரியா?. சரின்னு வாயை திறந்து சொல்லலாமே!) ஒளிந்துக் கொண்டிருந்த எல்லா பென்சில்களும் வெளியே வந்தன. வகுப்பில் இருக்கும் மேடைமேல் ஏறிக்கொண்டது. அங்கு நின்றுக் கொண்டு தான் வகுப்பு ஆசிரியர் பாடம் நடத்துவார். பயங்கர ஆட்டம். குதித்தது, உருண்டது, தாவியது, இரண்டு பென்சில்கள் சேர்ந்து நடனம் ஆடியது. எங்கும் உற்சாகம் பொங்கியது. சில பென்சில்கள் சாக்பீஸ்டன் வம்புக்குச்

சென்றன. தூரன் பென்சில் சாக்பீஸுடன் சண்டைப் போட்டுக்கொண்டு உடம்பெல்லாம் வெள்ளையை அப்பிக் கொண்டது.

சுமார் அரைமணி நேரம் விளையாடிய பின்னர் ஒவ்வொன்றாகச் சோர்வாகி உட்கார்ந்தது. "சரி அதோ அந்தச் சந்தின் வழியாக நாம் L.K.G வகுப்பிற்கு செல்வோம். அங்கிருந்து வண்டியை கீதா ஓட்டட்டும், சரியா?" எனச் சொல்லி தலைமை தாங்கி வழி நடத்தி சென்றது சிலோ. இரண்டிரண்டு பென்சில்களாக ஜோடி சேர்ந்து சிலோவைப் பின் தொடர்ந்தன.

மாணவர்கள் சுற்றுலாவோ அல்லது பள்ளிக்கு வெளியே செல்லும் பொழுதோ இப்படி தானே செல்வார்கள். எப்போதும் எதிரும் புதிருமாக இருக்கும் சரத், மீனாவுடன் கைக்கோர்த்து அருகருகே சென்றது அனைவரின் பார்வையினையும் ஈர்த்தது. கடைசியாக ஆடி அசைந்து வந்தது தூரனும் ஆர்னிகாவும். சில பென்சில்கள் உற்சாகமாக நடனமாடிக் கொண்டே நகர்ந்து வந்தன. சந்தின் வழியே ஒவ்வொன்றாக ராணுவ வீரர்கள் போல ஊர்ந்து வெளியே வந்தன.

3

பேருந்தைக் கெளப்புங்க!!

அந்த L.K.G வகுப்பில் நிறைய விளையாட்டு சாமான்கள் இருந்தது. அழகான இருக்கைகள், வண்ண வண்ண விளையாட்டு சாமான்கள். கார்கள், பஸ்கள் மற்றும் போலீஸ் வேன் என்று அறை முழுதும் விளையாட்டு பொருட்கள் நிரம்பி இருந்தது. அனேகமாக அனைத்து பென்சில்களும் இந்த வகுப்பிற்கு நுழைவது இது தான் முதல் முறை. சிலோ அங்கிருந்த பொம்மைகள் எதிலும் கவனம் செலுத்தி விளையாடாமல் நேராக அந்த மஞ்சள் நிற பேருந்திற்கு சென்றது.

அசோக் கோரிக்கை வைத்தது போல ஜன்னல் இருக்கையில் உட்கார்ந்தது. கடைசி வரிசையில் நான்கைந்து பென்சில்கள் விசில் அடித்தன. ரகு முன் இருக்கையில் ஸ்டைலாக அமர்ந்து கால் மீது கால் போட்டபடி இருந்தது. சீட்டின் மேல் ஏற முடியாத வயதான பென்சில்களுக்கு உதவின இளைய பென்சில்கள். ரப்பர் பொருத்தப்பட்ட பென்சில்கள் வேகமாக ஓடுபவை. கீதா பேருந்தை ஓட்ட பேருந்து கிளம்பியது. பேருந்து மெதுவாகச் சத்தம் இல்லாமல் வகுப்பை விட்டு வெளியேறி, வாசல் வழியாக பள்ளியின் மைதானத்திற்கு வந்தது.

பென்சில்களின் உலகத்தில் வயதானவர்கள் என்பவர்கள் நிறைய எழுதி தள்ளியவர்கள். பலர் ஏதும் எழுதாமல் இளமையாக இருப்பார்கள். ஒவ்வொருவரும் ஒவ்வொரு நிறம். சிலர் ஒரே குடும்பவகையை சேர்ந்தவர்களாக இருப்பார்கள். சிலர் கனமாக இருப்பார்கள். வெளிநாட்டிலிருந்து வந்த சிலர் வாசனையாகவும் இருப்பார்கள்.

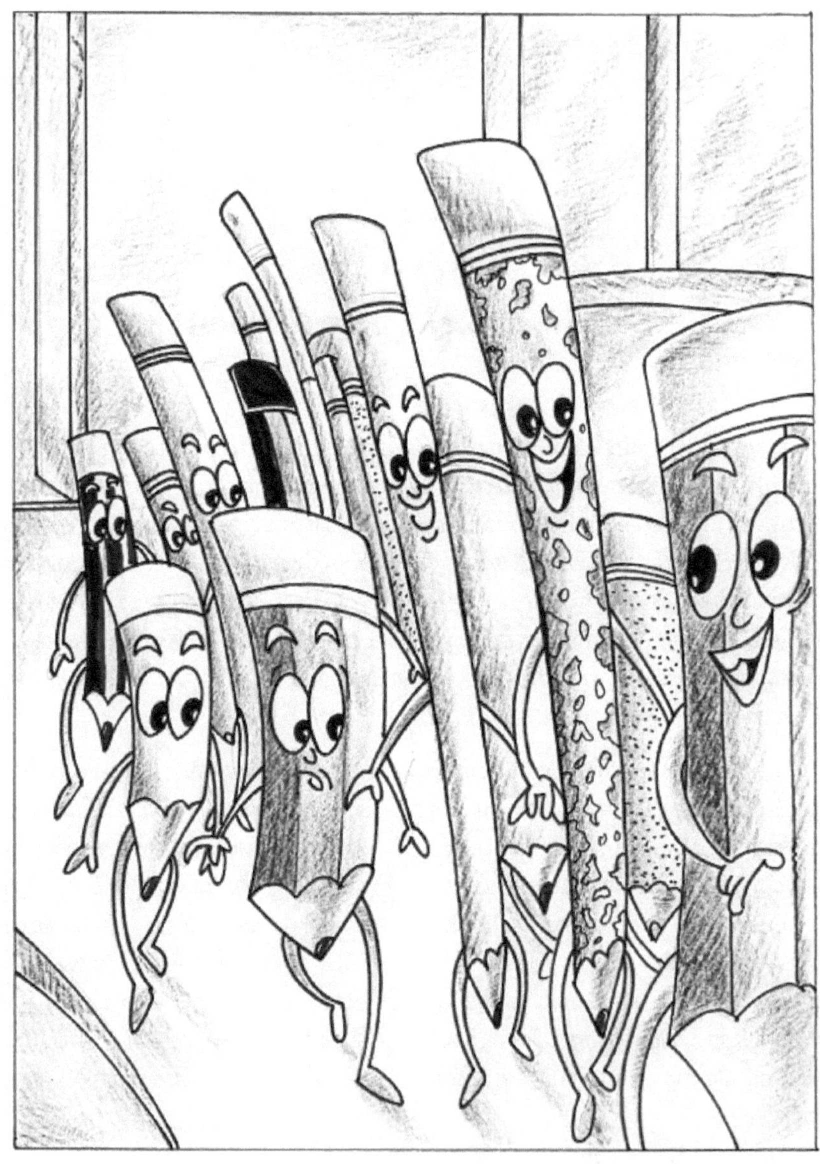

பேருந்து பள்ளியின் மைதானம் தாண்டி சென்றது. பின்புறம் இருக்கும் ஐந்து அடி ஊற்றுக்குச் சென்றது. நமக்கு மிகச் சின்ன ஊற்று தான். பென்சில்களுக்கு அது பெரும் அருவி போன்றது. அந்த ஊற்றில் அனைவரும் குளித்து மீண்டும் தங்கள் வகுப்பிற்குச் திரும்புவது என முடிவு. பேருந்தை நிறுத்திவிட்டு பென்சில்கள் இறங்கின. சிகப்பு நிற பென்சில், நீல நிறம், கருப்பு.. எந்த நிறமாக இருந்தாலும் எழுதுவது கருப்பாகவே இருந்தது. யாரும் தாங்கள் வந்த சுவடே தெரியக்கூடாது என மெதுவாக நடந்துவந்தனர். மேலே ஒரு விளக்கு எரிந்து கொண்டிருந்ததால் இடம் பிரகாசமாக இருந்தது.

சல சல என்ற நீரின் ஓட்டம் இவர்களை குஷிப்படுத்தியது. பலரும் முதல் முறையாக இந்த காட்சியினைப் பார்க்கின்றனர். தூரன் மட்டும் ஒரு முறை தன் முதலாளியுடன் வரும் போது, பாக்கெட்டில் இருந்து எட்டி பார்த்திருக்கிறேன் எனப் பெருமையாக சொல்லிக்கொண்டது. மீனாதான் இதைவிட பெரிய அருவிக்கு சென்று உள்ளேன் என்று கதை அளந்தது.

"சரி யாரெல்லாம் தண்ணீருக்குள் கால் வைக்க வருகின்றீர்கள்?". துள்ளலுடன் தண்ணீரை நெருங்கியது சிலோ.

4

அய்யய்யோ....

யார் யாருக்கு நீச்சல் தெரியும் என வயதான கீதா கேட்டது "பத்திரம் நண்பர்களே, தொலைந்து போகாதீர்கள்" என்றது. கீழே இறங்கி தண்ணீருக்குள் காலடி எடுத்து வைக்கலாம் என்ற சமயத்தில் போலீஸ் கார் சத்தம் கேட்டது. உடனே கிடுகிடுவென நெட்டையாக இருந்த சுகிர் பென்சில் மேடாக இருந்த இடத்திற்கு ஓடிச் சென்று எட்டி பார்த்தது. தூரத்தில் பொம்மை போலீஸ் கார் வந்து கொண்டு இருந்தது. L.K.G வகுப்பில் பேருந்து நின்ற இடத்திற்கு அருகாமையில் இருந்த அதே வண்டி தான். உள்ளே யார் இருக்காங்க. அய்யோ இவங்க எதிரி சார்ப்னர்கள். உடனே சுகிர் கத்தியது

"அய்யோ நம்மை பின் தொடர்ந்து சில சார்ப்னர்கள் வருகின்றன. பாதுகாப்பான இடத்துக்கு போகணுமே" என அலறியது.

சின்ன பென்சில்கள் அழத் துவங்கிவிட்டன. "போச்சு போச்சு எல்லாம் போச்சு". "இன்னைக்கு நாம எல்லோரும் அழியப்போகிறோம்". "அவை வந்து நம்மை எல்லாம் சீவி தள்ளப்போகுதுங்க.." வருத்தப்பட்டன சில பென்சில்கள்..

"நான் அப்பவே சொன்னேன், வேண்டாம்ணு..." இழுத்தது தூரன். "இந்தச் சமயத்தில்தான் நாம ஒத்துமையா இருக்கணும். வாங்க யோசிப்போம்." என்றது சிலோ பென்சில்.

எல்லோருக்கும் பதற்றத்தில் என்ன செய்வது என்றே தெரியவில்லை. போலீஸ் கார் தூரத்தில் நின்றது. வண்டியில் கோளாறுபோல தென்பட்டது. மேலே நின்றுக் கொண்டு

இருந்த சுகிர் போலீஸ் காரில் நடப்பதை நேரடி வர்ணனையாக விவரித்துக் கொண்டே இருந்தது. அப்போது அங்கிருந்த பென்சில்களில் தைரியமான பல்கஸ் பென்சில் யோசனை ஒன்றை சொன்னது.

"நம்மப் பேருந்தை அந்த புதரின் உள்ளே தள்ளி மறைத்து விடலாம். இதோ அங்க தண்ணீர் வருகின்றதே சின்ன ஓடை, அதற்கு அந்தப் பக்கம் சென்று விட்டால் சார்ப்னர்கள் எதுவும் செய்ய முடியாது. அவர்கள் அந்த ஓடையை கடந்து வர முடியாது, என்ன சொல்றீங்க?"

எல்லா பென்சில்களும் ஆனந்தமடைந்தன. "வாங்க வாங்க முதலில் பேருந்தை மறைப்போம்" என்று சொல்லி பேருந்துடன் புதரின் உள்ளே மறைந்தன. சில பென்சில்களுக்கு லேசான கீறல்கள் வேறு ஏற்பட்டன. மிகவும் அருகில் இருந்து பார்த்தாலும் பேருந்து தெரியாத அளவிற்கு புதருக்குள் பேருந்தைக் கொண்டு சென்று மூடிவிட்டனர். பிறகு, எல்லா பென்சில்களும் ஊற்றின் மறுகரைக்கு விரைந்தன. மூன்று நீண்ட பென்சில்கள் படுத்துக்கொண்டன. அப்படி படுத்ததனால் அவர்களின் நீளம் அந்த ஊற்றின் ஒரு கரையில் இருந்து மறுகரை வரை நீண்டது. அந்த மூன்று பென்சில்களின் மேல் மற்ற பென்சில்கள் அழகாக உருண்டு அடுத்த கரைக்கு சென்றன. அங்கிருந்து ஒரு பெரிய மரத்தின் பின்னால் எல்லா பென்சில்களும் ஒளிந்து கொண்டன.

போலீஸ் காரில் வந்த சார்ப்பனர்கள் பென்சில்கள் இருந்த இடத்திற்கு வந்தன. எங்கும் எந்தத் தடயமும் காணாது திகைத்தன. ஊற்றை கடந்து போய் தேடலாம் என்றால் அவை அனைத்தும் மிக சிறியவை. கடக்க முடியாது. மிகுந்த ஏமாற்றம் மற்றும் கோபம் அடைந்த சார்ப்பனர்கள் வண்டியை வந்த திசையிலேயே திருப்பியது. "இவர்களைச் சும்மா விடமாட்டேன்..." என கத்தியது மஞ்சள் சார்ப்பனர்.

போலீஸ் வண்டி திரும்ப சென்றதை மரத்தின் பின்னால் இருந்து பார்த்த அனைத்து பென்சில்களுக்கும் கொண்டாட்டம். டண்டனக்கா என ஆட்டம் ஆடியன. வந்த இடத்தில் சார்ப்பனர்களிடம் மாட்டிக்கொண்டும் யார் கஷ்டப்படுவது என்றுதான் பென்சில்கள் நினைத்தன. போலீஸ் வண்டி

கண்ணுக்கெட்டாத வகையில் வெகுதூரம் சென்றபின் எல்லா பென்சில்களும் வெளியே வந்தன.

5

ஆமை அண்ணாச்சி

சரி ஊற்றுக்குப் போகலாம் என்று பென்சில்கள் திரும்பினால் அங்கே அவர்களுக்கு ஒரு ஆச்சரியம் காத்திருந்தது. அவர்கள் முன்னால் யாரோ நின்றுகொண்டு இருந்தனர்.

"யார் இது. இதுவரை நான் பார்த்ததே இல்லையே" என்றது சிலோ. மிக மெல்லிய குரலில் கிசுகிசுப்பாக.

"நான் பார்த்து இருக்கேன். ஏன் வரைந்துகூட இருக்கேன். இதன் பெயர் ஆமை. இது தண்ணீரில் வாழும் ஒரு பிராணி" பல்லை இளித்தபடி சொன்னது தூரன்.

ஆமைக்கும் முதலில் ஒன்றாக இருபது முப்பது பென்சில்களை பார்த்ததும் பயம் வந்தது. பின்னர் தைரியம் வரவழைத்து கொண்டு.. "நீங்கள் யார், உங்களை இதற்கு முன்னர் பார்த்ததே இல்லையே" என்றது.

அட எங்களைப் பார்க்காதவர்கள்கூட உண்டா உலகத்தில்? சரி, நானே சொல்கிறேன் எங்களைப் பற்றி. "நாங்கள் பென்சில்கள், மனிதர்கள் எழுதுவதற்காக பயன்படுகின்றோம். சாக்பீஸ், பல்பம் கொண்டு கரும்பலகையில் எழுதுவதைப்போல எங்களைக் கொண்டு பேப்பரில் எழுதலாம். பேனாக்கள் எங்களின் உறவுமுறைதான். சார்ப்பனர்கள் எங்களின் எதிரி, எங்களைச் செதுக்கினாலும் எங்கள் ஆயுள் அவர்களால் குறைந்துவிடுவதுண்டு." கட கடவென மிக தெளிவாகப் பேசியது மீனா. மற்ற பென்சில்கள் அனைத்தும் ஆமோதிப்பதுபோல "ஹேஹ ஹேஹ" வென கைத் தட்டி ஆரவாரம் செய்தன.

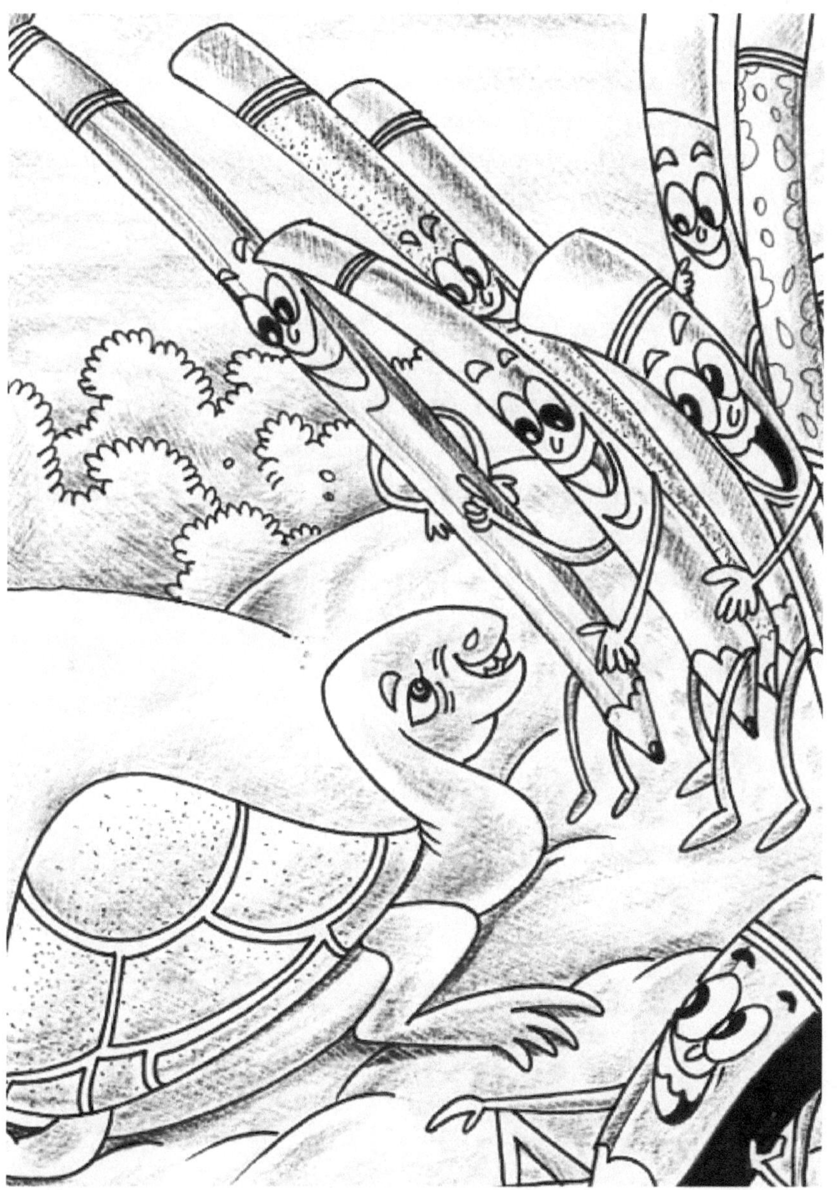

ஆமைக்கு என்ன சொல்வதென்று தெரியவில்லை.. ஓ அப்படியா? எனக்கு 100 வயதாகிறது. ஆனால் இதுவரை உங்களைப் பற்றி கேட்டதில்லை. நீங்கள் எப்போது தோன்றினீர்கள்?

சிகப்பு வண்ணத்தில் எழுதும் அசோக், பென்சில்களின் வரலாற்றைச் சுருக்கமாக சொன்னது. "1565ஆம் ஆண்டு கிராபைட் கண்டுபிடிக்கப்பட்டதும் பென்சில்கள் வந்தன. முதலில் செம்மறி ஆடுகளைக் குறிக்க இவை பயன்படுத்தப் பட்டன. 1858ஆம் ஆண்டு முதல் ரப்பர்கள் பொறுத்தப்பட்ட பென்சில்கள் வர துவங்கிவிட்டன. இன்று பலவகைப் பென்சில்கள் இருக்கின்றன. மைக்ரோடிப் பென்சில்களும் வந்துவிட்டன."

ஆமையுடன் சில பென்சில்கள் பேசிக்கொண்டு இருக்க, சில பென்சில்கள் தண்ணீர் அருகே சென்றன. சில பென்சில்கள் ஆமை முன்னர் அமர்ந்து கொண்டன. சிலோ, தூரன் மீது கைபோட்டு கேட்டுக்கொண்டு இருந்தது.

வயதான பென்சில், பென்சில் பிறந்த கதையினைச் சொன்னது. பல பென்சில்களுக்கு இந்தச் செய்தி எல்லாம் புதிதாக இருந்தது. அட இது தான் நம்ம பாட்டன் முப்பாட்டன் கதையா என வியப்புடன் கேட்டு ஆனந்தப்பட்டன.

6

நேரமாச்சுங்களே!!

ஆமைக்கு நன்றி சொல்லிவிட்டு, எப்பொழுதாவது உங்களைச் சந்திக்க முடிந்தால் சந்திப்போம், ஆனால் அடுத்த முறை ஆமையை வரைய சொன்னால் உங்களை அழகாக வரைந்துவிடுவோம் என சொல்லிவிட்டு கிளம்பின பென்சில்கள்.

மீண்டும் அனைவரும் முட்புதர் அருகே சென்று பேருந்தை வெளியே எடுத்தனர். கீதா கை தேர்ந்த ஓட்டுனராக விளங்கியது. மிக எளிதாகப் பேருந்தை ஓட்டியது. விடிய ஆரம்பித்தது. சூரியன் மெல்ல எட்டி பார்த்தது. இவ்வளவு நேரம் எல்லோரும் அங்கே விளையாடி மகிழ்ந்திருக்கிறார்கள். சிகப்பு பென்சிலுக்குக் காலில் லேசான அடிபட்டிருந்தது. அனேகமாக அனைவருக்கும் உறக்கம் கண்ணில் தெரிந்தது. ஆமையுடன் பேசிக்கொண்டிருக்கும் போதே சில வயதான பென்சில்கள் மட்டும் பேருந்திற்குச் சென்று உறங்கிவிட்டன.

கீதா L.K.G வகுப்பை அடைந்ததும், முதலில் அவர்கள் தேடியது போலிஸ் வேனைத் தான். அது கதவின் ஓரமாக இருந்தது. சார்பனர்கள் உள்ளே காணவில்லை. அவர்களால் நீண்ட நேரம் முழித்துக்கொண்டு இருக்க முடியாது அல்லவா?

ஒவ்வொன்றாக பேருந்தில் இருந்து இறங்கின. பள்ளிக்கு வந்தவுடன் சீராக இருக்க வேண்டும் என்ற எண்ணம் எல்லோருக்கும் தானாகவே வந்துவிடுமா எனத் தெரியவில்லை.

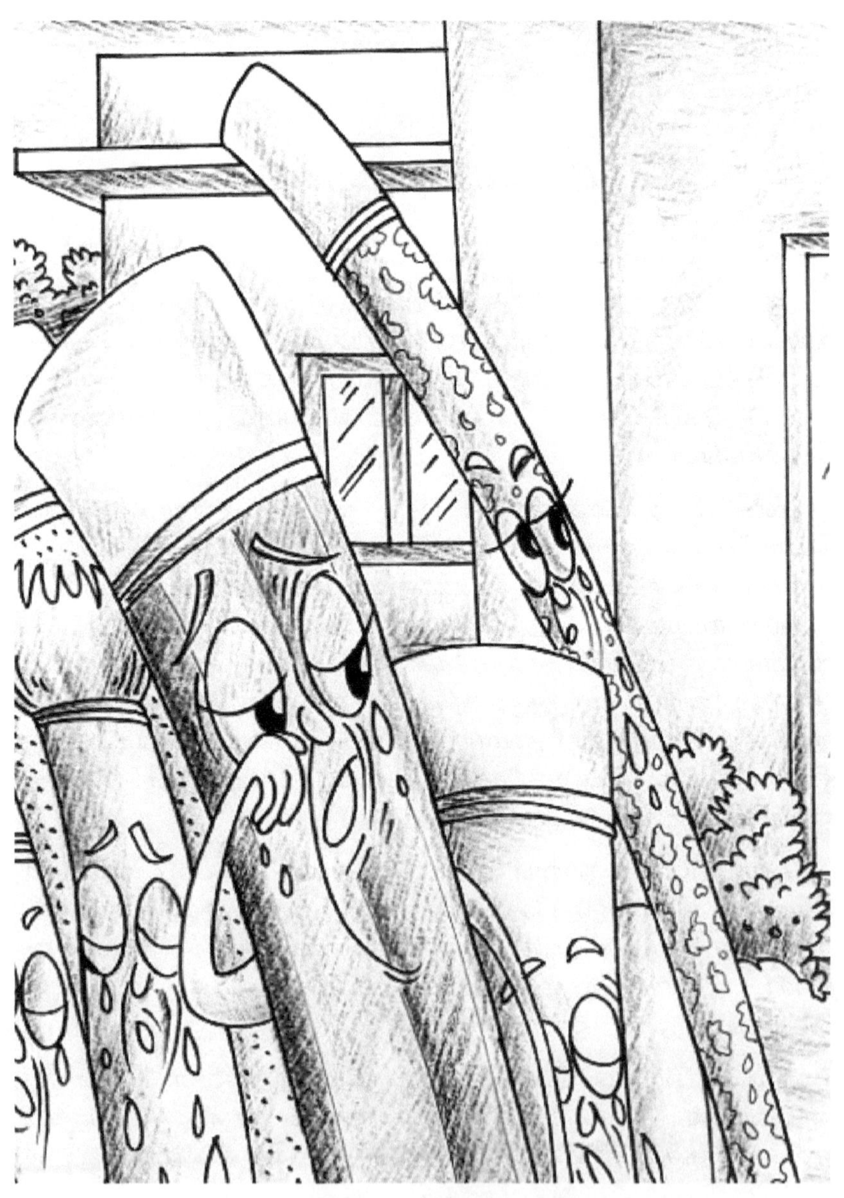

பென்சில்கள் எல்லாம் வரிசையாக சிலோ தலைமையில் மூன்றாம் வகுப்பிற்கு வீர நடை போட்டன.

ஆனால் அங்கு அவர்களுக்கு மிகப் பெரிய பேரிடி காத்திருந்தது. ஆமாம் இவர்கள் வந்த அந்த பொந்து அடைக்கப்பட்டு இருந்தது. யார் அடைத்திருப்பார்கள்? நிச்சயம் இது சார்ப்பனர்களின் வேலையாகத் தான் இருக்க வேண்டும்.

7

கறுப்புப் பெட்டி பயம்

இன்னும் சிறிது நேரத்தில் விடிந்துவிடும். பள்ளி ஆயாவின் கண்ணில் பட்டால் கறுப்புப் பெட்டியில் அடைபட வேண்டியது தான். நீண்ட நாட்களுக்குப் பிறகு ஒவ்வொரு பென்சிலாக விடுதலை அடைந்து வெளியே வரும் அல்லது வராமலும் போகலாம். அந்த பெட்டியில்தான் தொலைந்து போன அனைத்து பென்சில்களும் இருக்கும். யாரேனும் பென்சில் தொலைந்துவிட்டது என அழுதால் அதில் இருந்துதான் ஒரு பென்சிலை எடுத்துக் கொடுப்பாள் அந்த ஆயா.

இந்த ஆயாதான் இந்தக் பள்ளி முழுக்க கூட்டிச் சுத்தமாக வைத்திருப்பாள். பென்சில் மட்டும் அல்லாமல் ரப்பர், சார்ப்னர், நோட்டுப் புத்தகம், டிபன் பெட்டி என எந்த ஒரு பொருள் தொலைந்தாலும் ஆயாவின் கருப்புப் பெட்டிக்குள் வந்துவிடும்.

தினமும் காலையில் எல்லா வகுப்புகளையும் சுத்தம் செய்வார். ஆயா வந்து சென்ற பின்னர் தான் வகுப்பிற்குள் செல்ல வேண்டும், இல்லை என்றால் அனைவரும் ஆயாவின் கையில் சிக்கி சிறைபட வேண்டியதுதான். பிறகு அதோ கதிதான்.

இனி எப்படி வகுப்பிற்கு செல்லலாம் என அனைத்து பென்சில்களும் யோசிக்க ஆரம்பித்தன. தூரனின் ஞாபகசக்தி அபாரமானது.. "என்னை ஒரு முறை தூரன் ஜன்னலின் ஓரம் நின்று சீவிய போது நான் வகுப்பின் பின்புறத்தை

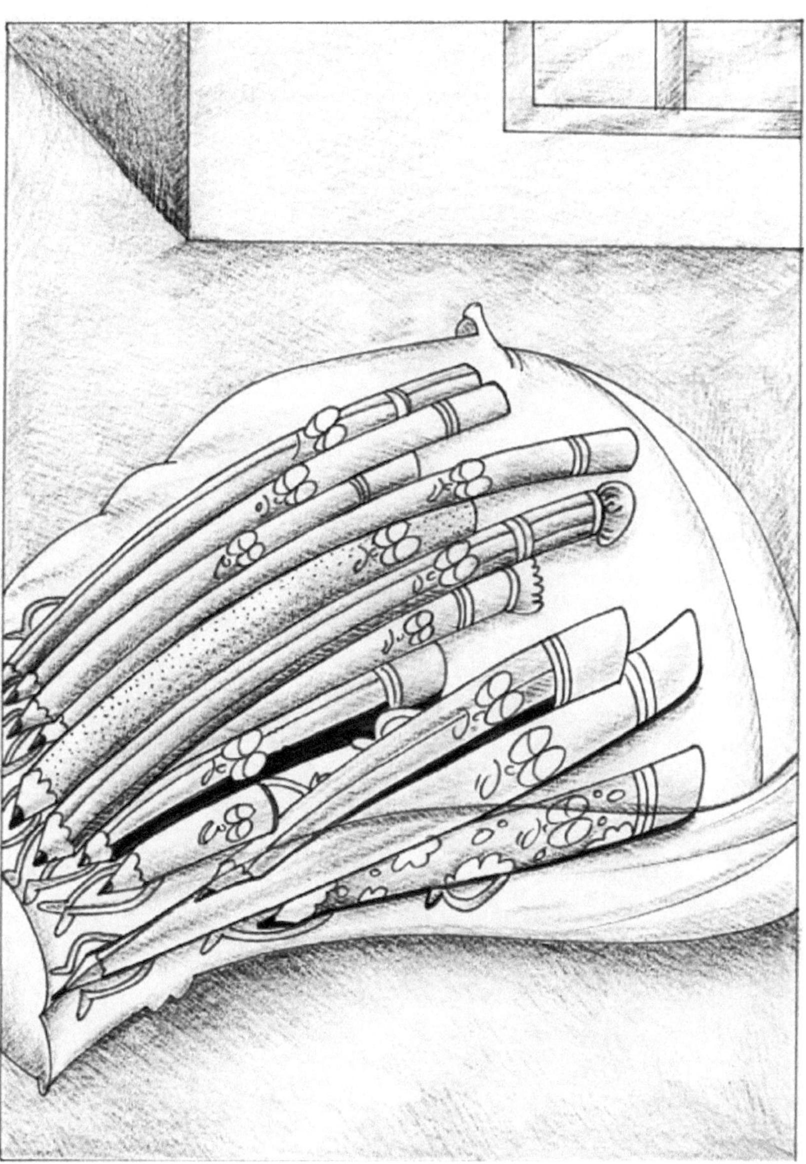

பார்த்துள்ளேன். அங்கே கழுவிவிடும் தண்ணீர் செல்வதற்கு ஒரு பொந்து இருக்கிறது; அப்படியே அது இல்லையென்றாலும் கூட நாம் அந்த ஜன்னல் வழியாக ஏறி உள்ளே சென்று விடலாம்" என்று யோசனை தெரிவித்தது.

இவர்கள் நின்று கொண்டிருந்த பக்கம் ஜன்னல்களை மாலையில் பள்ளி ஆயா மூடி விடுவார்கள் என பென்சில்களுக்கு தெரியாது. அப்படியே திறந்து இருந்தாலும் எப்படி உள்ளே ஏறி செல்வது என இவர்கள் யோசிக்கவில்லை.

8

குழந்தைகளின் வீடுகளில்

வீடு திரும்பிய மாணவர்கள் தங்கள் பைகளில் பென்சில்கள் இல்லாததை அறிந்தார்கள். இல்லாமல் போகவே பை மற்றும் மேல்சட்டை, கால்சட்டை என எல்லா பாக்கெட்டுகளிலும் தேடினார்கள். சாப்பாட்டுப் பையிலும் தேடினார்கள். சிலர் தெரு முனை வரை சென்று வழியில் எங்கேனும் விழுந்துவிட்டதா என்றும் தேடினர். யாருக்கும் எங்கும் கிடைக்கவில்லை. பென்சில்கள் தான் வகுப்புகளிலேயே தங்கி சுற்றுலா போய் இருக்கின்றதே!

கீதா தன் அம்மாவிடம் நன்றாக திட்டு வாங்கிக் கட்டிக் கொண்டாள். தன்னுடைய தம்பியின் பென்சிலை வைத்து வீட்டுப் பாடங்களை முடித்தாள். தூரனின் அம்மா சலித்துக் கொண்டார்கள், எப்பொழுதும் பென்சில்களைத் தொலைப்பதே உனது பழக்கமாகிவிட்டது என்று திட்டினார்கள்.

"வகுப்பிலேயே நான் மறந்து விட்டிருக்கலாம்" என சிலோ சொன்னாள். ஒவ்வொரு வீட்டிலும் ஒரு கதை. கார்த்திக்கின் அம்மா மட்டும் மறுநாள் வகுப்பிற்கு வந்து யார் திருடிக்கொண்டார்களோ அவர்களைத் தலைமை ஆசிரியரிடம் கூட்டிப்போய் தண்டனை வாங்கிக் கொடுக்கப் போகிறேன் என்று சொன்னாள். மறுநாள் என்ன நடக்கப்போகிறதோ என நினைத்து கார்த்திக்கிற்கு பயமாக இருந்தது.

மறுநாள் காலை, தங்களுடைய பென்சில்கள் அனைத்தும் டூர் போன கதை தெரியாமல் அப்பா அல்லது அம்மா, ஆட்டோ, வேன், பேருந்து, அல்லது நடந்து, இப்படி ஏதோ ஒரு விதத்தில் பள்ளிக்குச் சென்றனர் பென்சில்களின் குழந்தைகள். பள்ளி நெருங்கி வர வர ஒவ்வொருவரின்

நடையிலும் வேகம் பிடித்தது. வழியிலேயே சிலோவும் தூரனும் தங்கள் பென்சில் காணமல் போனதைப் பற்றிப் பேசிவிட்டனர். அந்த ஆயாவிடம் மன்றாடி வேறு ஒரு பென்சில் வாங்கிவிடலாம் என கார்த்திக் யோசனை சொன்னான். ஆனால் எல்லோரும் பென்சில் போய் கேட்டால் அந்த ஆயா மட்டும் என்ன செய்ய முடியும் என யாருக்கும் புரியவில்லை.

சில அம்மாக்கள் வகுப்புவரை வந்தனர். சிலர் ஆயாவிடம் சென்று பென்சில்கள் ஏதேனும் கிடைத்ததா என கேட்க சென்றனர்.

ஒன்று சேர்தலும் தேர்வும்

இதற்கு இடையில் ஜன்னலுக்கு அருகே வந்த பென்சில்கள் உள்ளே செல்ல மிகவும் போராடின. தண்ணீர் வெளியேறும் சந்தும் அடைக்கப்பட்டு இருந்தது. பல பென்சில்களுக்கும் பயத்தில் உச்சா வந்துவிட்டது. பல பென்சில்கள் இரவு முழுதும் கண்விழித்ததால் தூங்கி வழிந்தன. இனி நம் கதி அதோகதி தான் எங்கேனும் சிக்கி மங்கப்போகிறோம் என நினைத்து அனைத்து பென்சில்களும் கவலையடைந்தன. இரண்டு இளமையான நீள பென்சில்கள் "எங்கள் மீது ஏறி ஜன்னல் வழியாக உள்ளே போய்விடுங்க, நாங்கள் இங்கேயே இருக்கின்றோம், நீங்களாவது உள்ளே சென்றுவிடுங்கள்" என்று தியாகா வசனம் பேசின. "வாழ்ந்தால் அனைவரும் ஒன்றாக வாழ்வோம், தொலைந்துபோனால் அனைவரும் ஒன்றாக தொலைந்துப் போவோம்" என்றன மற்ற பென்சில்கள். அட! என்ன ஒரு ஒற்றுமை!.

சிலோ பென்சில் சன்னலுக்கு கீழே இருந்த ப்ளாஸ்டிக் பை ஒன்றினை பார்த்து, "வாங்க நாம எல்லோரும் ஒன்றாக அந்த பையில் இருப்போம். நிச்சயம் நாளை காலை நம் குழந்தைகள் நம்மைத் தேடுவார்கள், ஒன்றாக யாரிடமாவது கிடைத்தால் நம் குழந்தைகளிடம் நாம் சேர்ந்துவிடலாம், எப்படி என் ஐடியா" என்றது.

அதற்கு மேல் நடக்க முடியாத காரணத்தாலும், இனியும் தூக்கம் இல்லாமல் இருக்க முடியாது என்ற காரணத்தாலும் எல்லா பென்சில்களும் ஒன்றாக அந்தப் பைக்குள் சென்றன. நுழைந்த ஐந்தாவது நிமிடத்தில் அனைத்தும் உறங்கியன. குறட்டை சத்தம் வேறு கேட்டது.

காலை பள்ளிக்கு வந்த மாணவர்கள் தங்கள் இருக்கைகளில் பென்சில்கள் இருக்கின்றதா என முதலில் தேடினார்கள். நண்பர்கள் அனைவரின் பென்சில்களும் காணவில்லை எனக் கேட்டு அதிர்ச்சி அடைந்தனர். வகுப்பில் எங்கும் ஒரு பென்சில் கூடக் காணவில்லை. சிலர் வீட்டில் திட்டு விழுந்ததையும் விழப்போவதையும் எண்ணி அழுதனர். தூரன் எதேச்சையாக வெளியே பார்க்க அந்த ப்ளாஸ்டிக் பை கண்ணில் தென்பட்டது. அதில் பென்சில்கள் இருப்பது பார்வையில் பட்டதும் ஒரே குஷியாகி "ஐ!!! எல்லா பென்சில்களும் அங்கே இருக்கே" எனக் கத்தினான்.

உடனே பின்புறமாக ஓடி ப்ளாஸ்டிக் பையினை எடுத்து வந்தாள் சிலோ. உள்ளே அனைவரது பென்சில்களைப் பார்த்ததும் அவளுக்கு அப்பாடா என இருந்தது. எல்லோரும் மிகவும் மகிழ்ச்சி அடைந்தனர். அவரவர்களுடைய பென்சில்களை அவரவர் எடுத்துக்கொண்டு தங்கள் இருக்கைக்குத் திரும்பினர்.

ஆசிரியர் வந்ததும் "பிள்ளைகளே, உங்கள் நோட்டு புத்தகத்தை எடுத்து உங்களுக்குப் பிடித்த படம் ஒன்றினை வரையுங்கள் பார்க்கலாம்" என்றார். தூக்கம் கலைந்து ஒவ்வொரு பென்சிலாக எழுந்தது. தங்கள் குழந்தையிடம் வந்து விட்ட மகிழ்ச்சியில் முந்தைய நாள் நடந்தது கனவா நினைவா என யோசித்தன. ஒன்றை ஒன்று பார்த்துக் கண்ணடித்துக் கொண்டன. படம் வரைய சொல்லி ஆசிரியர் கட்டளையிட்டிருந்த தால் மாணவர்கள் எல்லோரும் நோட்டுகளில் படம் வரைந்தனர்.

ஒவ்வொரு நோட்டாக பார்த்துக்கொண்டு வந்த ஆசிரியருக்கு ஆச்சரியத்திற்கு மேல் ஆச்சர்யம். பின்னே இருக்காதா! எல்லோரும் ஒரே படத்தை வரைந்து இருந்தார்கள், அதுவும் முந்தைய தினம் பென்சில்களுடன் உரையாடியதே அதே ஆமையின் படம். மற்ற மாணவர்களின் படங்களைப் பார்த்த மாணவர்களுக்கும் ஒரே ஆச்சரியம். அதே ஆமையின் படம்...

அவர்கள் ஆச்சரியப்படுவதைப் பார்த்து பென்சில்கள் தங்களுக்குள் நழுட்டுச் சிரிப்பு சிரித்துக்கொண்டன. அவர்களின் அட்டகாசம் நமக்கு மட்டும்தானே தெரியும்!

பென்சிலைப் பற்றிய சில அரிய அறியவேண்டிய செய்திகள்

- 1858ஆம் ஆண்டு முதன்முதலில் பென்சில்களின் மறுமுனையில் ரப்பர் வைக்கத் துவங்கினர். இதனைக் கண்டுபிடித்தவர் ஜோசப் ரிச்சண்டோபிரர்

- சாதாரணமாக ஒரு பென்சில் வைத்து கோடு கிழித்தால் சுமார் 56.32 கிலோ மீட்டருக்குக் கிழிக்கலாம். ஆமாம் ஒரு கிலோ மீட்டர் எவ்வளவு தூரம் தெரியுமா?

- பென்சில்கள் பேனாக்களைப் போல இல்லாமல், புவி ஈர்ப்பு விசை இல்லாமல் இருக்கும் இடத்திலும் எழுதும், தண்ணீருக்கு அடியிலும் எழுதும், தலைகிழாக வைத்து எழுதினாலும் எழுதும்.

- பென்சில்கள் முதல் முதலில் செம்மறி ஆடுகளை (மார்க்) செய்யவே பயன்படுத்தப்பட்டன. இது கிராபைட் கண்டுபிடிக்கப்பட்டதும் 1565ஆம் ஆண்டு முதல் பயன்படுத்தப்படுகின்றது.

- உலகின் நீளமான பென்சிலின் நீளம் 20 மீட்டர். மலேசியாவில் தயாரிக்கப்பட்டது.

- சராசரியாக ஆண்டுக்கு 1400 கோடி பென்சில்கள் பயன்படுத்தப்படுகின்றன.

- ஒரு சராசரி மரத்தில் இருந்து 1,70,000 பென்சில்களைத் தயாரிக்கலாம்.

- தாமஸ் ஆல்வா எடிசன் ஒரு பென்சில் பிரியர்.

- பென்சில் என்ற வார்த்தை பென்சிலஸ் என்ற லத்தின் மொழியில் இருந்து வந்தது.

- உலகில் பாதிக்கும் மேற்பட்ட பென்சில்களைத் தயாரிப்பது சீனா தான்.

- பென்சில்களில் பல வகை உண்டு. கலர் பென்சில்கள், ஓவியத்திற்கு என ஸ்பெஷல் பென்சில்கள் உள்ளன. வெவ்வேறு அழகான வடிவங்களிலும் பென்சில்கள் உற்பத்தி செய்யப்படுகின்றன.